Impressum
Verlag: BABADADA GmbH, Nedderfeld 112 , 22529 Hamburg
Geschäftsführer / Verlagsleitung: Harald Hof
Druck: Books on Demand GmbH, In de Tarpen 42, 22848 Norderstedt

Imprint
Publisher: BABADADA GmbH, Nedderfeld 112 , 22529 Hamburg, Germany
Managing Director / Publishing direction: Harald Hof
Print: Books on Demand GmbH, In de Tarpen 42, 22848 Norderstedt

โรงเรียน

escola

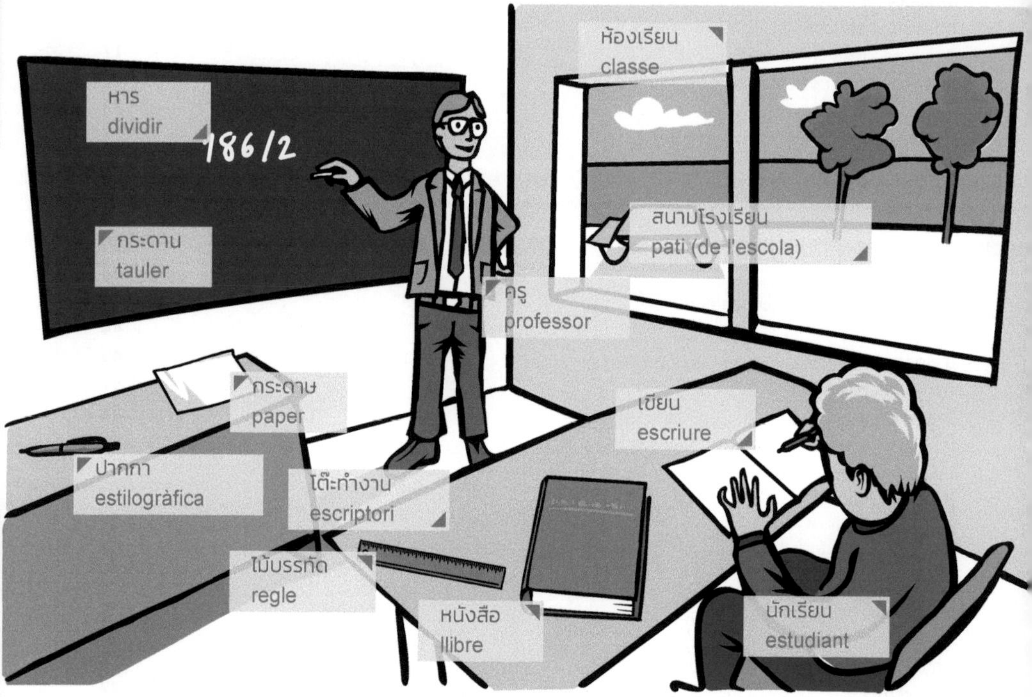

ห้องเรียน
classe
หาร
dividir
186/2
กระดาน
tauler
สนามโรงเรียน
pati (de l'escola)
ครู
professor
กระดาษ
paper
เขียน
escriure
ปากกา
estilogràfica
โต๊ะทำงาน
escriptori
ไม้บรรทัด
regle
หนังสือ
llibre
นักเรียน
estudiant

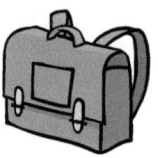

กระเป๋าหนังสือ

bossa

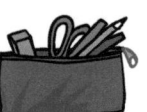

กล่องดินสอ

estoig

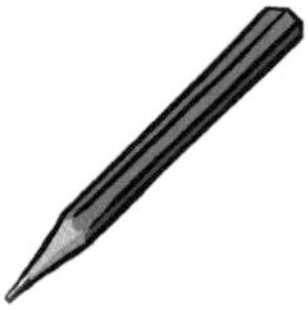

ดินสอ

llapis

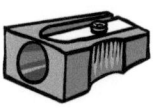

กบเหลาดินสอ

maquineta de fer punta

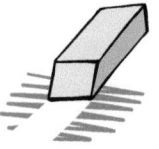

ยางลบ

goma

สมุดวาดภาพ

bloc de dibuix

ภาพวาด

dibuix

พู่กัน

pinzell

กล่องสี

capsa de pintures

กรรไกร

tisores

กาว

cola

สมุดแบบฝึกหัด

quadern d'exercicis

การบ้าน

deures

12

ตัวเลข

nombre

2+2

บวก

afegir

5-2

ลบ

sostreure

2×2

คูณ

multiplicar

คำนวณ

calcular

A

ตัวอักษร

lletra

ABCDEFG
HIJKLMN
OPQRSTU
VWXYZ

อักษรพยัญชนะ

alfabet

คำ

mot

ข้อความ
....
text

อ่าน
....
llegir

ชอล์ก
....
guix

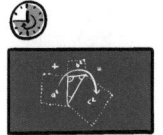

บทเรียน
....
lliçó

ลงทะเบียน
....
llibre de classe

การสอบ
....
examen

ใบรับรอง
....
certificat

ชุดนักเรียน
....
uniforme escolar

การศึกษา
....
formació

สารานุกรม
....
enciclopèdia

มหาวิทยาลัย
....
universitat

กล้องจุลทรรศน์
....
microscopi

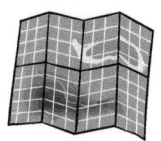

แผนที่
....
mapa

ตะกร้าใส่เศษกระดาษที่ไม่ใช้แล้ว
....
paperera

การท่องเที่ยว

viatge

โรงแรม
hotel
Grand
โฮสเทล
alberg
ROOMS
EXCHANGE
สำนักงานแลกเปลี่ยนเงินตรา
oficina de canvi
กระเป๋าเดินทาง
maleta
รถยนต์
automòbil

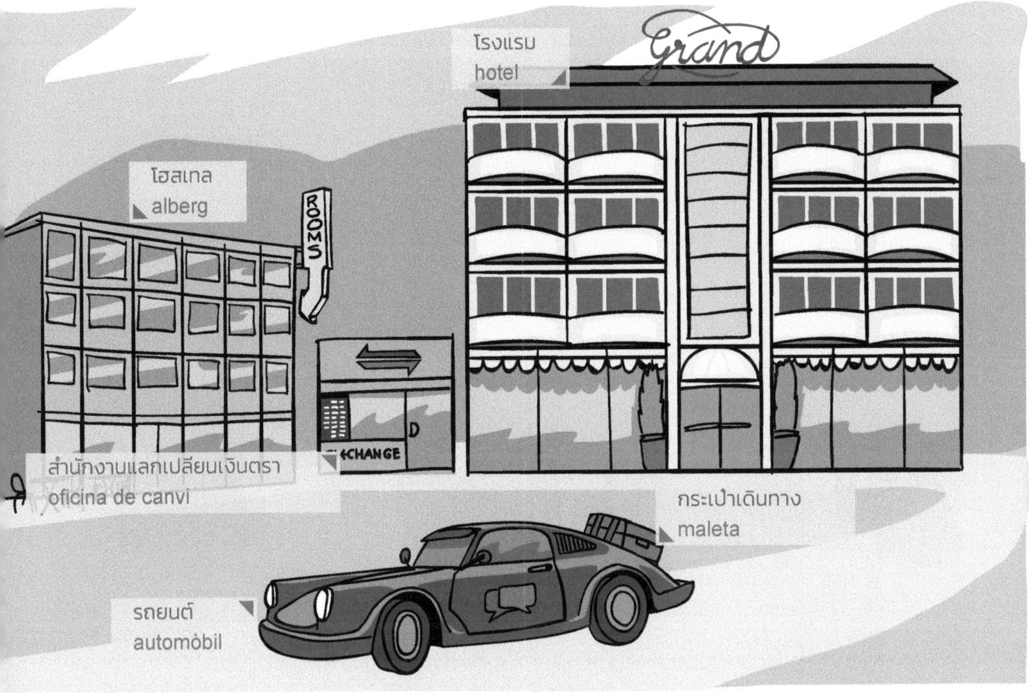

ภาษา

llengua

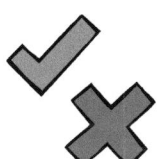

ใช่/ไม่ใช่

sí / no

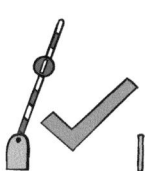

ตกลง

D'acord

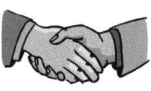

สวัสดี

Ey!

นักแปล

traductora

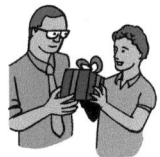

ขอบคุณ

gràcies

ราคาเท่าไหร่...?
Quant costa... ?

ฉันไม่เข้าใจ
No entenc

ปัญหา
problema

สวัสดีตอนเย็น
Bona nit!

สวัสดีตอนเช้า
bon dia!

ราตรีสวัสดิ์
bona nit!

แล้วพบกันใหม่
fins aviat

ทิศทาง
direcció

กระเป๋าเดินทาง
bagatge

กระเป๋า
bossa

กระเป๋าสะพายหลัง
sarrona

แขก
convidat

ห้อง
cambra

ถุงนอน
sac de dormir

เต้นท์
tenda

ข้อมูลนักท่องเที่ยว

oficina de turisme

ชายหาด

platja

บัตรเครดิต

carta de crèdit

มื้อเช้า

esmorzar

มื้อกลางวัน

dinar

มื้อเย็น

sopar

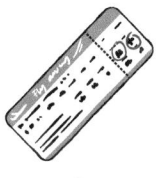

ตั๋ว

bitllet

ลิฟต์

ascensor

แสตมป์

segell

พรมแดน

frontera

ภาษีศุลกากร

duana

สถานทูต

ambaixada

วีซ่า

visat

พาสปอร์ต

passaport

ขนส่ง

transport

vol
เรือใหญ่
vaixell
รถดับเพลิง
automòbil dels bombers
รถโดยสารประ
bus
รถบรรทุก
camió
เรือยนต์
llanxa de motor
จักรยาน/จักรยานยนต์
bicicleta
รถยนต์
automòbil

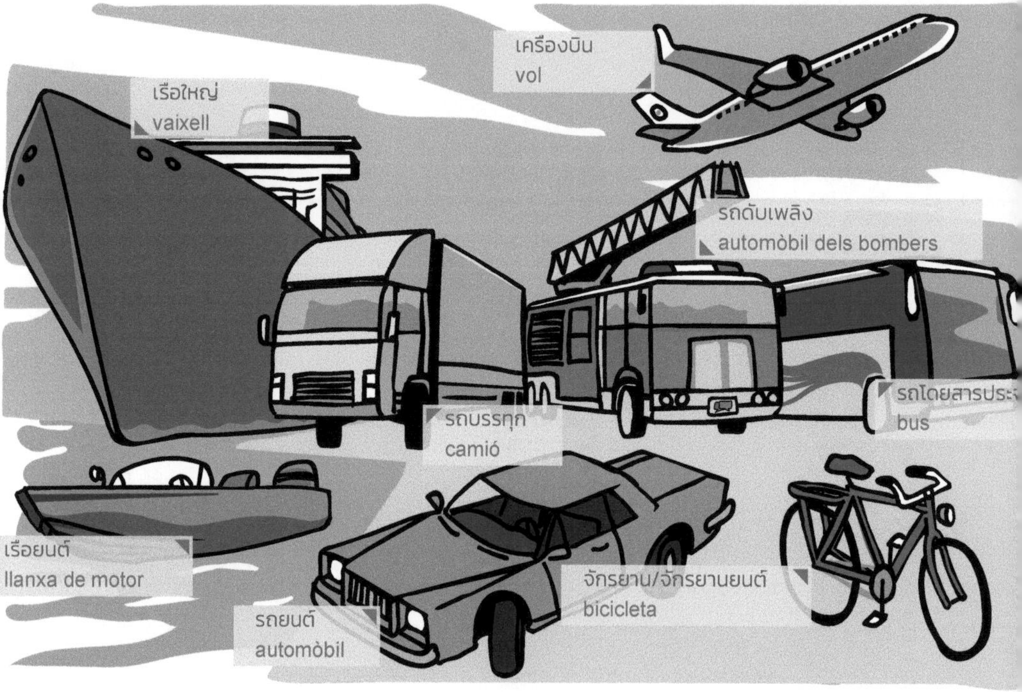

เรือข้ามฟาก

transbordador

เรือ

barca

รถจักรยานยนต์

moto

รถตำรวจ

automòbil de policia

รถแข่ง

automòbil de curses

รถเช่า

automòbil de lloguer

การแบ่งกันใช้รถยนต์

vehicle compartit

รถลาก

grua

รถขยะ

camió de les escombraries

เครื่องยนต์

motor

เชื้อเพลิง

benzina

ปั้มน้ำมัน

benzineria

เครื่องหมายจราจร

senyal de trànsit

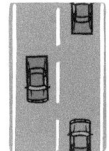

การจราจร

trànsit

การจราจรติดขัด

embús

ทีจอดรถ

aparcament

สถานีรถไฟ

estació de trens

รางรถไฟ

vies

รถไฟ

tren

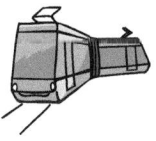

รถราง

tramvia

ตู้รถไฟ

vagó

เฮลิคอปเตอร์

helicòpter

สนามบิน

aeroport

หอคอย

torre

ผู้โดยสาร

passatger

ตู้บรรจุสินค้า

contenidor

กล่องกระดาษ

capsa de cartó

รถเข็น/รถลาก

carretó

ตะกร้า

cistella

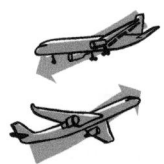

บินขึ้น/ ลงจอด

enlairar-se / aterrar

เมือง

ciutat

หมู่บ้าน

poble

ใจกลางเมือง

centre de la ciutat

บ้าน

casa

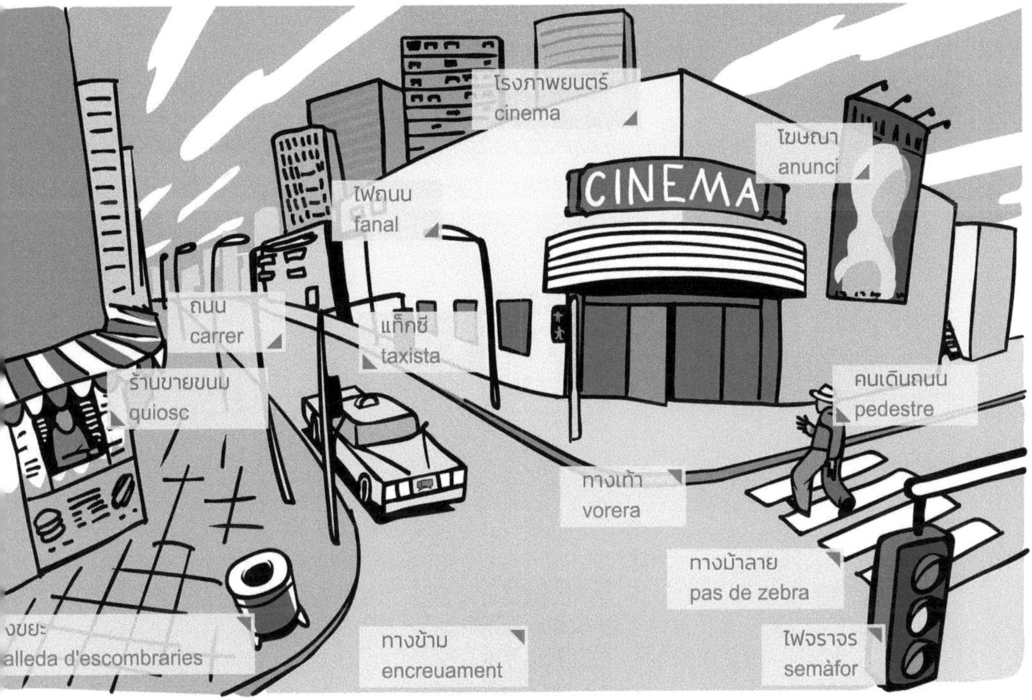

โรงภาพยนตร์
cinema

โฆษณา
anunci

ไฟถนน
fanal

CINEMA

แท็กซี่
taxista

ถนน
carrer

ร้านขายขนม
quiosc

คนเดินถนน
pedestre

ทางเท้า
vorera

ทางม้าลาย
pas de zebra

งขยะ
alleda d'escombraries

ทางข้าม
encreuament

ไฟจราจร
semàfor

กระท่อม

cabana

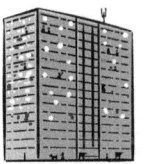

แฟลต

apartament

สถานีรถไฟ

estació de trens

ศาลากลางจังหวัด

casa de la vila-ciutat

พิพิธภัณฑ์

museu

โรงเรียน

escola

มหาวิทยาลัย

universitat

ธนาคาร

banca

โรงพยาบาล

hospital

โรงแรม

hotel

ร้านขายยา

farmàcia

สำนักงาน

oficina

ร้านขายหนังสือ

llibreria

ร้านค้า

botiga

ร้านขายดอกไม้

floristeria

ซูเปอร์มาร์เก็ต

supermercat

ตลาด

mercat

ห้างสรรพสินค้า

gran magatzem

ร้านขายปลา

peixateria

ศูนย์การค้า

centre comercial

ท่าเรือ

port

สวนสาธารณะ

parc

ม้านั่ง

banc

สะพาน

pont

บันได

escala

รถไฟใต้ดิน

metro

อุโมงค์

túnel

ป้ายรถเมล์

parada d'autobús

บาร์

bar

ร้านอาหาร

restaurant

ตู้ไปรษณีย์

bústia de correu

ป้ายชื่อถนน

senyal indicador

มิเตอร์เก็บค่าจอดรถ

parquímetre

สวนสัตว์

zoo

สระว่ายน้ำ

piscina

สุเหร่า/มัสยิด

mesquita

ฟาร์ม

granja

มลพิษ

pol·lució

สุสาน

cementiri

โบสถ์

església

สนามเด็กเล่น

parc infantil

วัด

temple

ภูมิประเทศ
paisatge

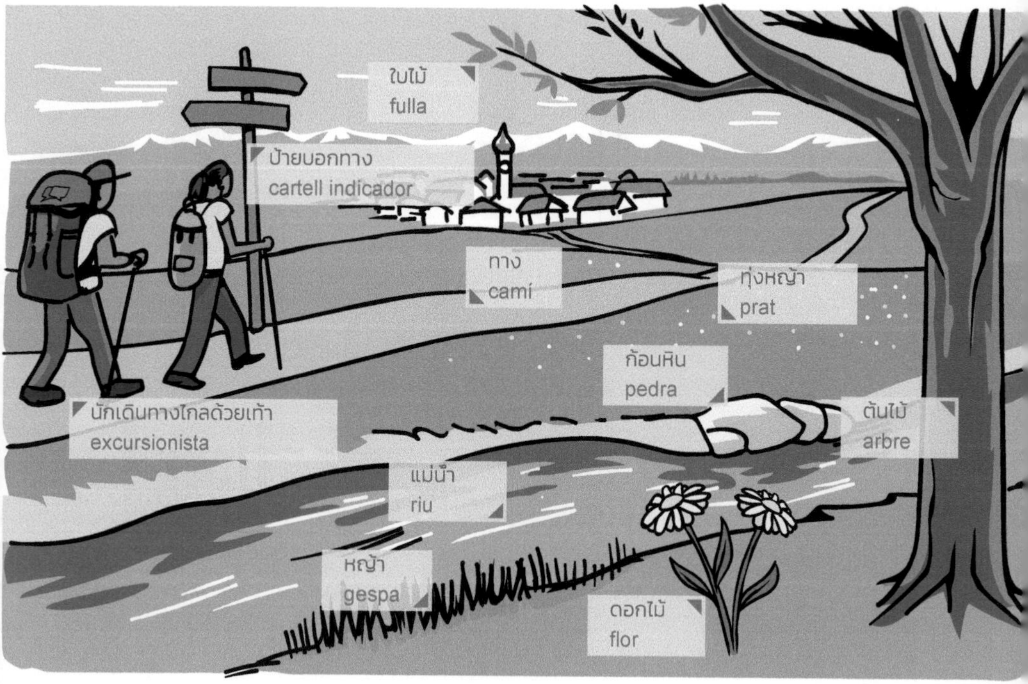

ใบไม้
fulla

ป้ายบอกทาง
cartell indicador

ทาง
camí

ทุ่งหญ้า
prat

ก้อนหิน
pedra

ต้นไม้
arbre

นักเดินทางไกลด้วยเท้า
excursionista

แม่น้ำ
riu

หญ้า
gespa

ดอกไม้
flor

หุบเขา
vall

เนินเขา
muntanya

ทะเลสาบ
llac

ป่า
bosc

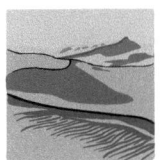

ทะเลทราย
desert

ภูเขาไฟ
volcà

คฤหาสน์
castell

รุ้งกินน้ำ
arc de Sant Martí

เห็ด
bolet

ต้นปาล์ม
palmera

ยุง
moscard

แมลงวัน
mosca

มด
formiga

ผึ้ง
abella

แมงมุม
aranya

แมลงปีกแข็ง

escarabat

กบ

granota

กระรอก

esquirol

เม่น

eriçó

กระต่ายป่า

llebre

นกฮูก

òliba

นก

ocell

หงส์

cigne

หมูป่าตัวผู้

senglar

กวาง

cervo

กวางมูส

ant

เขื่อน

presa

กังหันลม

turbina

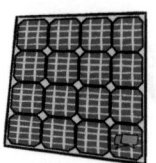

แผงโซล่าเซลล์

panell solar

สภาพอากาศ

clima

ร้านอาหาร

restaurant

บริกรชาย
cambrer
รายการอาหาร
menú
เก้าอี้
cadira
ซุป
sopa
pizza
เครื่องใช้บนโต๊ะอาหาร
coberts
ผ้าปูโต๊ะ
tovalla

อาหารเรียกน้ำย่อย

primer plat

อาหารจานหลัก

plat principal

ของหวาน

darreries

เครื่องดื่ม

begudes

อาหาร

menjar

ขวด

ampolla

อาหารจานด่วน

menjar ràpid

ร้านข้างถนน

menjar de carrer

กาน้ำชา

tetera

โถใส่น้ำตาล

sucrer

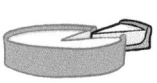

ส่วนแบ่งอาหารสำหรับหนึ่งคน

porció

เครื่องชงกาแฟเอสเปรสโซ่

màquina d'espresso

เก้าอี้สูง

trona

ใบเสร็จ

factura

ถาด

plata

มีด

ganivet

ส้อม

forqueta

ช้อน

cullera

ช้อนชา

cullereta

ผ้าเช็ดปากบนโต๊ะอาหาร

tovalló

แก้วน้ำ

got

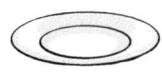

จาน

plat

จานซุป

plat de sopa

จานรอง

plateret

ซอส

salsa

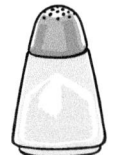

กระปุกเกลือ

saler

กระปุกบดพริกไทย

molinet de pebre

น้ำส้มสายชู

vinagre

น้ำมันที่ใช้ปรุงอาหาร

oli

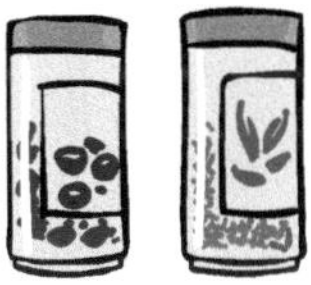

เครื่องเทศ

espècies

ซอสมะเขือเทศ

quètxup

มัสตาร์ด

mostassa

มายองเนส

maionesa

ซูเปอร์มาร์เก็ต

supermercat

ข้อเสนอพิเศษ
oferta especial
ลูกค้า
client
ผลิตภัณฑ์ที่ทำจากนม
productes lactis
ผลไม้
fruites
รถเข็น
carret de la compra

ร้านขายเนื้อ

carnisseria

ร้านขายขนมปัง

forn de pa

ชั่งน้ำหนัก

pesar

ผัก

verdures

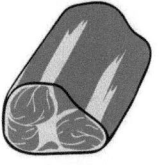

เนื้อ

carn

อาหารแช่แข็ง

menjar congelat

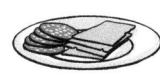

อาหารเนื้อตัดเย็น

carn freda

อาหารกระป๋อง

conserves

ผงซักฟอก

detergent en pols

ขนมหวาน/ลูกกวาด

dolços

ผลิตภัณฑ์ในครัวเรือน

articles domèstics

ผลิตภัณฑ์ทำความสะอาด

productes de neteja

พนักงานขายหญิง

venedora

เครื่องคิดเงิน

caixa registradora

พนักงานจ่ายเงิน

caixera

รายการซื้อของ

llista de la compra

เวลาเปิดทำการ

horari d'obertura

กระเป๋าสตางค์

portamonedes

บัตรเครดิต

carta de crèdit

กระเป๋า

bossa

ถุงพลาสติก

bossa de plàstic

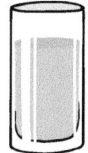

เครื่องดื่ม
begudes

น้ำเปล่า

aigua

น้ำผลไม้

suc

นม

llet

โค้ก

coca-cola

ไวน์

vi

เบียร์

cervesa

แอลกอฮอล์

alcohol

โกโก้

cacau

ชา

te

กาแฟ

cafè

เอสเปรสโซ่

espresso

คาปูชิโน่

cappuccino

กล้วย

banana

แอปเปิ้ล

poma

ส้ม

taronja

เมลอน

síndria

มะนาว

llimona

แครอท

pastanaga

กระเทียม

all

ต้นไผ่

bambú

หัวหอม

ceba

เห็ด

bolet

ถั่ว

avellanes

ก๋วยเตี๋ยว

fideus

สปาเก็ตตี้
....
espaguetis

ข้าว
....
arròs

สลัด
....
amanida

มันฝรั่งทอด
....
patates fregides

มันฝรั่งทอด
....
patates fregides

พิซซ่า
....
pizza

แฮมเบอร์เกอร์
....
hamburguesa

แซนด์วิช
....
entrepà

ชิ้นเนื้อไร้กระดูก
....
escalopa

แฮม
....
cuixot

ไส้กรอกแห้งซาลามิ
....
salami

ไส้กรอก
....
salsitxa

ไก่
....
pollastre

ย่าง/ปิ้ง
....
rostit

ปลา
....
peix

โจ๊กข้าวโอ๊ต

flocs de civada

ธัญพืชอบกรอบ

musli

คอร์นเฟล็ค

cereals

แป้งทำอาหาร

farina

ครัวซองค์

croissant

ขนมปังสโคน

panet

ขนมปัง

pa

ขนมปังปิ้ง

torrada

บิสกิต

bescuits

เนย

mantega

นมข้น

mató

เค้ก

pastís

ไข่

ou

ไข่ดาว

ou fregit

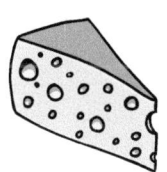

ชีส

formatge

ไอศกรีม

gelat

น้ำตาล

sucre

น้ำผึ้ง

mel

แยม

melmelada

ช็อกโกแลตครีมสเปรด

crema de xocolata

แกงกะหรี่

curri

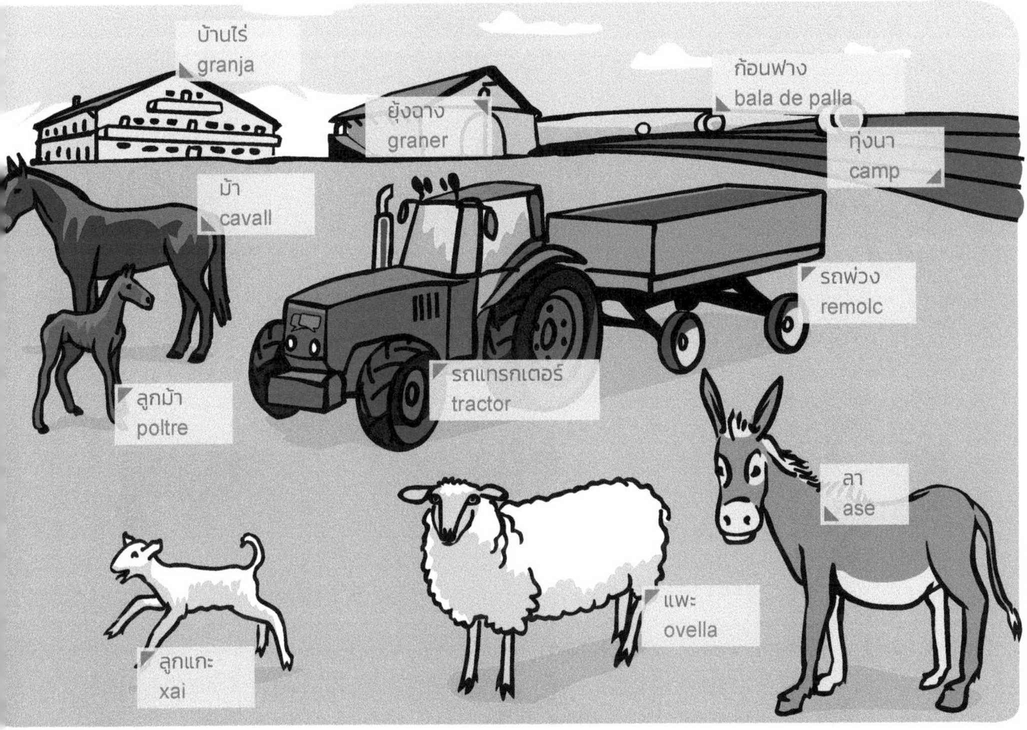

บ้านไร่
granja

ยุ้งฉาง
graner

ก้อนฟาง
bala de palla

ทุ่งนา
camp

ม้า
cavall

รถพ่วง
remolc

ลูกม้า
poltre

รถแทรกเตอร์
tractor

ลา
ase

ลูกแกะ
xai

แพะ
ovella

แพะ
cabra

วัวตัวเมีย
vaca

ลูกวัว
vedella

หมู
porc

ลูกหมู
garrí

วัวตัวผู้
bou

ห่าน
oca

เป็ด
ànec

ลูกไก่
poll

แม่ไก่
gall

ไก่ตัวผู้
gallina

หนู
rata

แมว
gat

หนู
ratolí

วัวตัวผู้สำหรับใช้แรงงานในฟาร์ม
bou

สุนัข
gos

บ้านสุนัข
gossera

สายยางที่ใช้ในสวน
mànega de regar

บัวรดน้ำต้นไม้
regadora

เคียวด้ามยาว
dalla

คันไถ
arada

เคียว
falç

จอบ
aixada

คราด
forca

ค้อน
destral

รถเข็นล้อเดียว
carretó

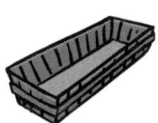

รางน้ำ
abeurador

ถังใส่นม
lletera

กระสอบ
sac

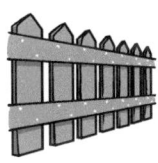

รั้ว
tanca

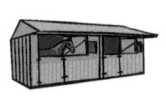

คอกม้า
establa

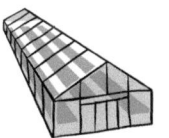

เรือนกระจก
hivernacle

ดิน
sòl

เมล็ดพืช
llavor

ปุ๋ย
adob

เครื่องเกี่ยวนวดข้าว
collidora

เก็บเกี่ยว

collir

การเก็บเกี่ยว

collita

มันเทศ

nyam

ข้าวสาลี

blat

ถั่วเหลือง

soja

มันฝรั่ง

patata

ข้าวโพด

blat de moro o d'indi

ดอกเรพซีด

colza

ต้นไม้ที่ออกผล

arbre fruiter

มันสำปะหลัง

mandioca

ธัญพืช

cereals

บ้าน
casa

ปล่องไฟ
fumera
หลังคา
teulada
รางน้ำฝน
canaló
หน้าต่าง
finestra
โรงรถ
garatge
กริ่งหน้าประตู
campana
ประตู
porta
ถังขยะ
galleda de les escombraries
กล่องจดหมาย
bústia de correu
สวน
jardí

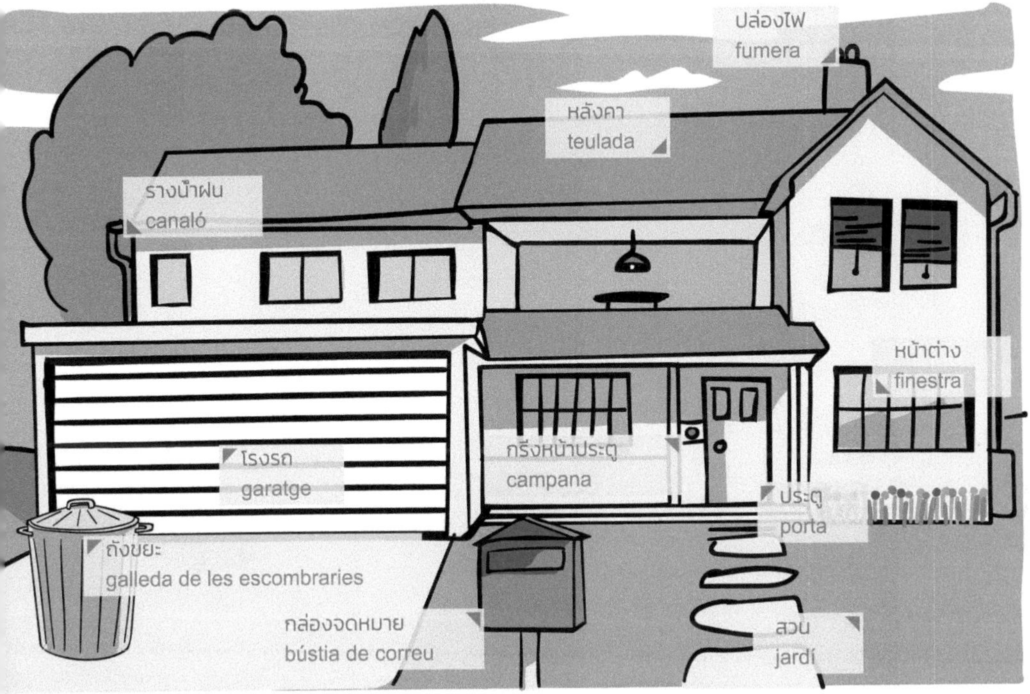

ห้องนั่งเล่น
sala d'estar

ห้องน้ำ
bany

ห้องครัว
cuina

ห้องนอน
cambra de dormir

ห้องพักสำหรับเด็ก
cambra de nen

ห้องอาหาร
menjador

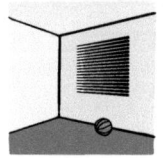

พื้น

sòl

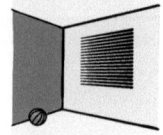

ผนัง

paret

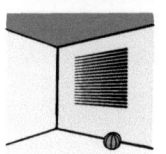

เพดาน

sostre

ห้องเก็บของใต้ดิน

soterrani

ซาวน่า

sauna

ระเบียง

balcó

ลานตะพักลำน้ำ

terrassa

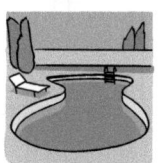

สระว่ายน้ำ

piscina

เครื่องตัดหญ้า

tallagespa

ผ้าปูที่นอน

vànova

ผ้าคลุมเตียง

cobrellit

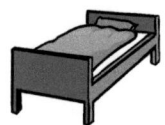

เตียง

llit

ไม้กวาด

escombra

ถังน้ำ

galleda

สวิตซ์

interruptor

ห้องนั่งเล่น

sala d'estar

วอลเปเปอร์
paper de paret
ภาพ
quadre
โคมไฟ
làmpada
prestatge
ตู้
armari
โทรทัศน์
televisor
เตาผิง
escalfapanxes
ดอกไม้
flor
เบาะ
coixí
โซฟา
sofà
แจกัน
gerro
รีโมทคอนโทรล
telecomanda

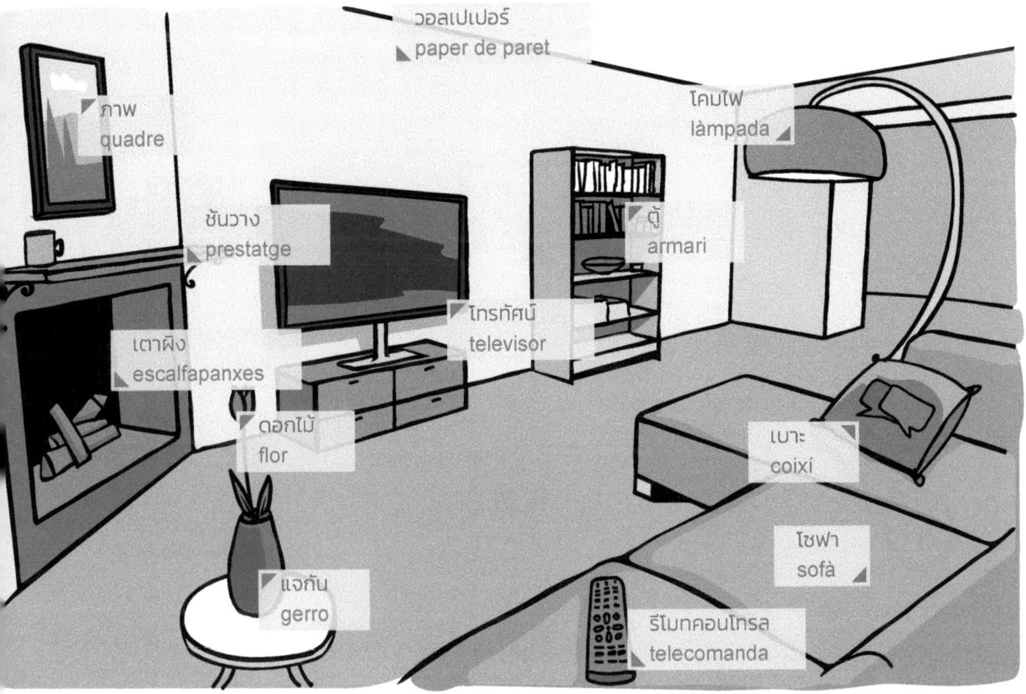

พรมเช็ดเท้า

catifa

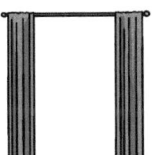

ผ้าม่าน

cortina

โต๊ะ

taula

เก้าอี้

cadira

เก้าอี้โยก

cadira gronxadora

เก้าอี้ที่มีที่วางแขน

cadiral

หนังสือ

llibre

ผ้าห่ม

llençol

ของตกแต่ง

decoració

ฟืน

llenya

ภาพยนตร์

film

เครื่องเสียงระบบไฮไฟ

cadena de música

กุญแจ

clau

หนังสือพิมพ์

diari

จิตรกรรม

pintura

โปสเตอร์

cartell

วิทยุ

ràdio

สมุด

bloc de notes

เครื่องดูดฝุ่น

aspiradora

ตะบองเพชร

cactus

เทียนไข

candela

ห้องครัว
cuina

ตู้เย็น
refrigerador
ไมโครเวฟ
microones
เครื่องชั่งน้ำหนักอาหาร
balança de cuina
เครื่องปิ้งขนมปัง
torradora
ผงซักฟอก
detergent per a plats
เตาอบ
forn
ช่องแข็งในตู้เย็น
congelador
ถังขยะ
galleda de les escombraries
เครื่องล้างจาน
rentaplats

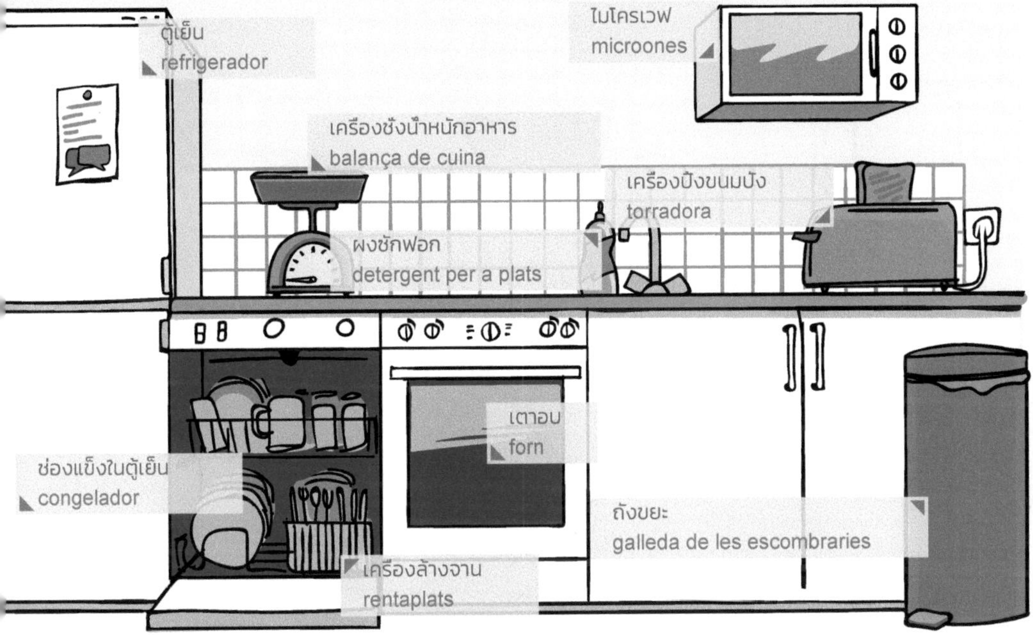

เตาปรุงอาหาร
....
cuina de fogons

หม้อ
....
olla

หม้อเหล็กหล่อ
....
olla de ferro colat

กระทะจีน
....
wok / karahi

กระทะ
....
paella

กาต้มน้ำ
....
bullidor

หม้อไอน้ำ

olla de vapor

ถาดอบ

plata de forn

เครื่องถ้วยชาม

vaixella

เหยือก

tassa grossa

ชาม

bol

ตะเกียบ

bastonets xinesos

ทัพพีด้ามยาว

culler

ตะหลิว

espàtula

ที่ตีไข่

batedor

ที่กรอง

colador

กระชอน

sedàs

ที่ขูด

ratllador

ครก

morter

บาร์บีคิว

barbacoa

แคมป์ไฟถาวร

foc a terra

เขียง

taula de tallar

ไม้นวดแป้ง

corró

สว่านเปิดจุกขวด

llevataps

กระป๋อง

pot de conserva

ที่เปิดกระป๋อง

obridor

ถุงมือจับของร้อน

agafador

อ่างล้างจาน

aigüera

แปรง

raspall

ฟองน้ำ

esponja

เครื่องปั่น

batedora

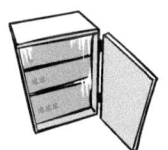

ตู้แช่แข็ง

congelador

ขวดนม

biberó

ก๊อกน้ำ

aixeta

ห้องน้ำ

bany

เครื่องทำความร้อน
calefacció
ผ้าเช็ดมือ
tovallola
ฝักบัว
dutxa
ม่านห้องน้ำ
cortina de dutxa
สบู่ทำฟอง
bany de bombolles
อ่างอาบน้ำ
banyera
แก้วน้ำ
got
เครื่องซักผ้า
rentadora
ก๊อกน้ำ
aixeta
กระเบื้อง
rajoles
โถส้วมสำหรับเด็ก
orinal
อ่างล้างจาน
aigüera

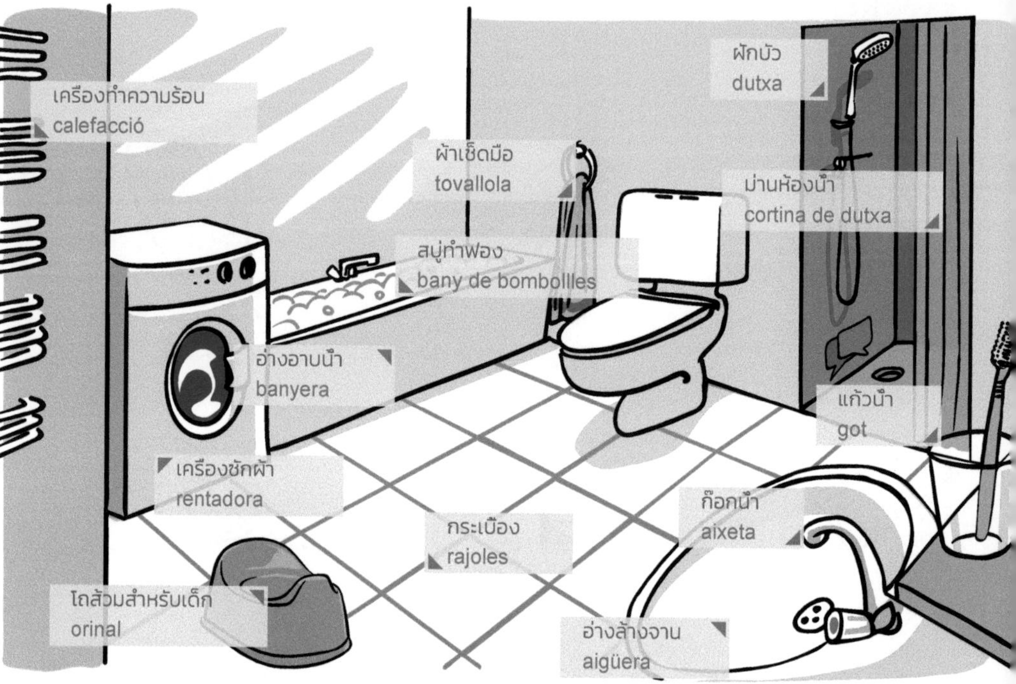

ห้องส้วม

lavabo

ส้วมนั่งยอง

lavabo turc

โถปัสสาวะหญิง

bidet

โถปัสสาวะชาย

orinador

กระดาษชำระสำหรับใช้ในห้องน้ำ

paper higiènic

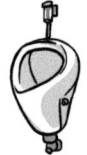

แปรงขัดห้องน้ำ

escombreta de sanitari

38 ห้องน้ำ - bany

แปรงสีฟัน

raspall de dents

ยาสีฟัน

pasta de dents

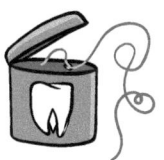

ไหมขัดฟัน

fil dental

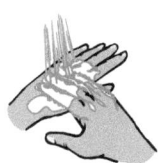

ล้าง

rentar

ฝักบัวมือ

pom de dutxa

สายฉีดชำระ

dutxa íntima

อ่างล้างหน้า

rentamans

แปรงถูหลัง

raspall per a l'esquena

สบู่

sabó

เจลอาบน้ำ

gel de dutxa

แชมพู

xampú

ผ้าสักหลาด

manyopla de bany

ท่อระบายน้ำทิ้ง

bonera

ครีม

crema

ผลิตภัณฑ์ระงับกลิ่นตัว

desodorant

กระจก
mirall

กระจกถือ
mirall-espill de mà

ที่โกนหนวด
maquineta de rasar

โฟมโกนหนวด
espuma de barbejar

โลชั่นบำรุงผิวหลังโกนหนวด
loció post-rasada

หวี
pinta

แปรง
raspall

ไดร์เป่าผม
eixugador

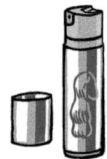

สเปรย์ฉีดผม
laca

ชุดเครื่องสำอาง
maquillatge

ลิปสติก
pintallavis

น้ำยาทาเล็บ
esmalt d'ungles

สำลี
cotó

กรรไกรตัดเล็บ
tallaungles

น้ำหอม
perfum

กระเป๋าอาบน้ำ

estoig de bellesa

เก้าอี้สามขา

tamboret

เครื่องชั่งน้ำหนัก

bàscula

เสื้อคลุมอาบน้ำ

barnús

ถุงมือยาง

guants de goma

ผ้าอนามัยแบบสอด

compresa higiènica

ผ้าอนามัย

compresa

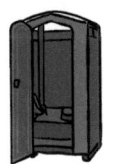

ส้วมเคมี

sanitari químic

ห้องพักสำหรับเด็ก

cambra de nen

นาฬิกาปลุก
despertador
ของเล่นน่ารักน่ากอด
animal de peluix
รถยนต์ของเล่น
auto de joguina
ของเล่นประเภทเขย่าแล้วมีเสียง
sonall
บ้านตุ๊กตา
casa de nines
ของขวัญ
present

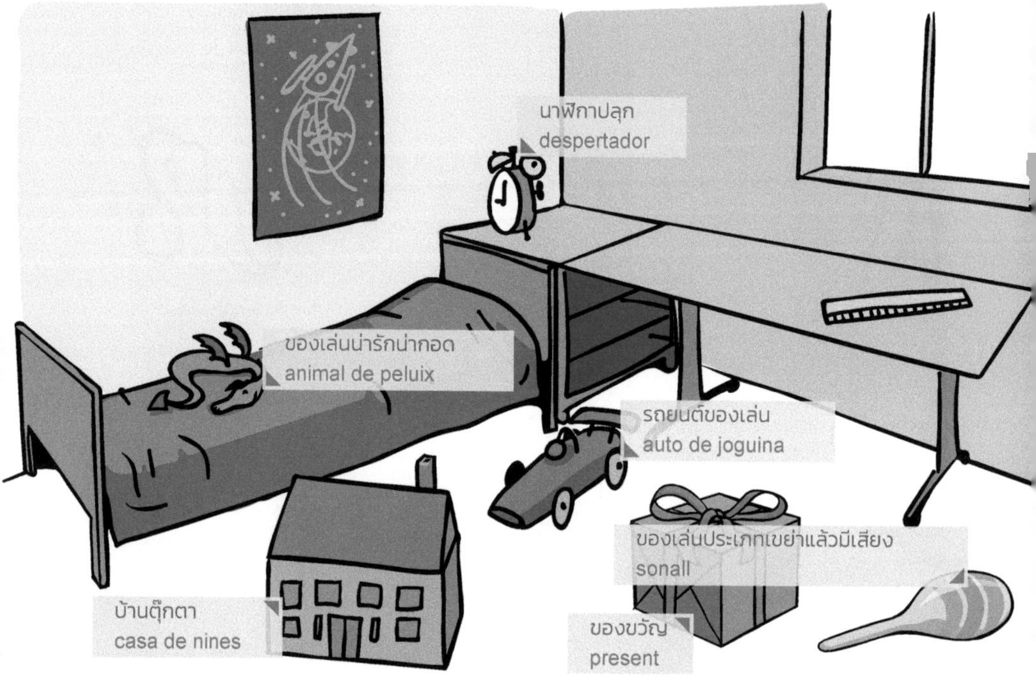

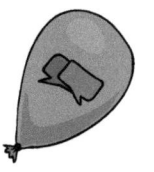

ลูกโป่ง
baló

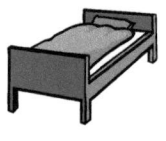

เตียง
llit

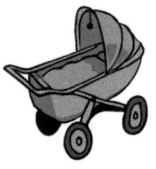

รถเข็นเด็ก
cotxet per a nens

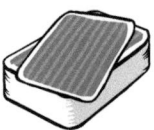

สำรับไพ่
joc de cartes

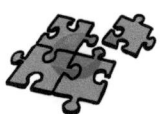

จิ๊กซอว์
trencaclosca

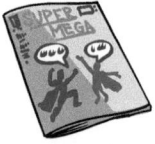

หนังสือการ์ตูน
historieta

ตัวต่อเลโก้

peces de lego

บล็อกของเล่น

peces de construcció

ฟิกเกอร์แบบขยับท่าทางได้

ninot d'acció

เสื้อผ้าทารก

granota

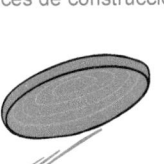

จานร่อน

frisbee

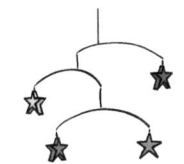

โมบายแขวนหัวเตียงเด็ก

mòbil per a bressol

เกมกระดาน

joc de taula

ลูกเต๋า

daus

ชุดรถไฟจำลอง

tren elèctric

หุ่น

xumet

ปาร์ตี้

festa

หนังสือภาพ

llibre de dibuixos

ลูกบอล

pilota

ตุ๊กตา

nina

เล่น

jugar

หลุมทราย
sorrera

ชิงช้า
gronxador

ของเล่น
joguines

เครื่องเล่นวิดีโอเกม
consola de jocs de vídeo

รถจักรยานสามล้อ
tricicle

ตุ๊กตาหมี
osset de peluix

ตู้เสื้อผ้า
armari

เสื้อผ้า
roba

ถุงเท้า
mitjons

ถุงน่อง
mitges

กางเกงรัดรูป
mitja pantaló

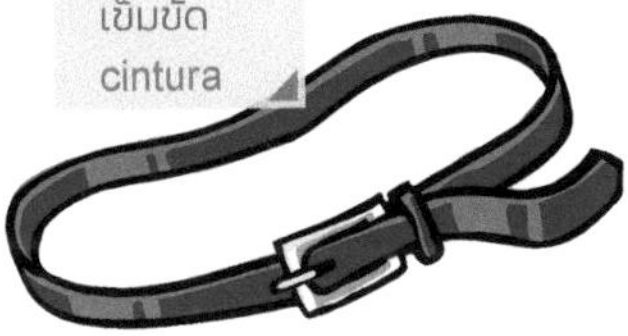

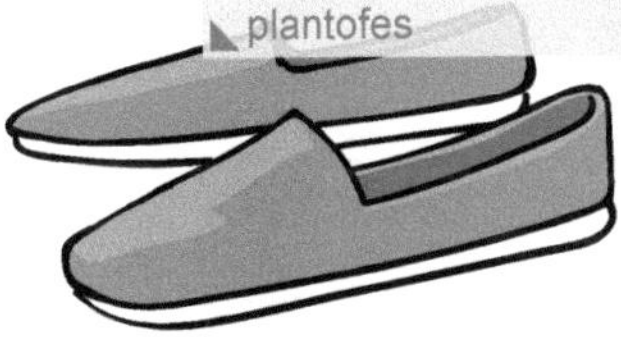

ผ้าพันคอ
tapacoll

ร่ม
paraigua

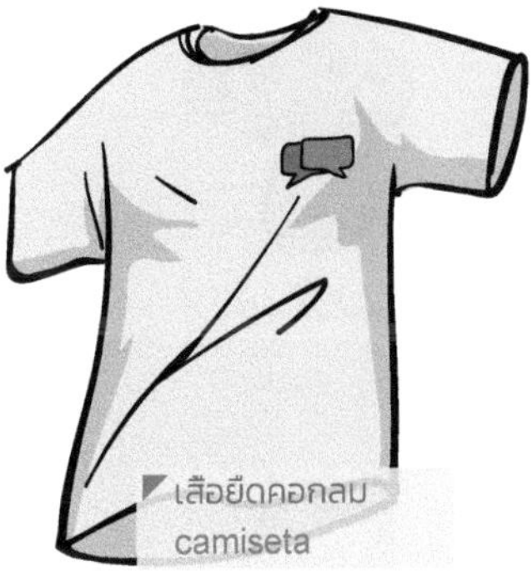

เข็มขัด
cintura

เสื้อยืดคอกลม
camiseta

ร้องเท้าบูท
botes

รองเท้าสวมเดินในบ้าน
plantofes

รองเท้ากีฬา
sabates d'esport

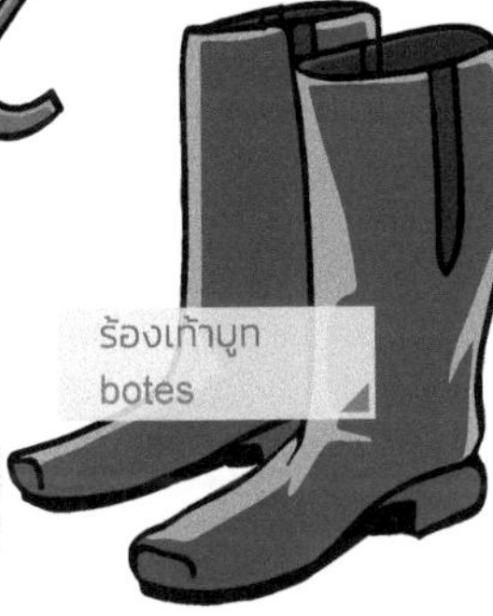

รองเท้าแตะ
sandàlies

รองเท้า
sabates

ร้องเท้าบูทยาง
botes de goma

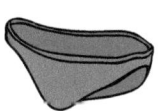

กางเกงชั้นใน
calçonets

ยกทรง
sostenidor

เสื้อกล้าม
guardapits

เสื้อรัดรูป
jjustacòs

กางเกงขายาว
pantalons

กางเกงยีน
jeans

กระโปรง
faldeta

เสื้อเชิ้ตสตรี
brusa

เสื้อเชิ้ต
camisa

เสื้อกันหนาว
jersei

เสื้อคลุมมีหมวก
dessuadora

เสื้อเบลเซอร์
blazer

เสื้อแจ็กเก็ต
jaqueta

เสื้อโค้ท
mantell

เสื้อกันฝน
impermeable

เครื่องแต่งกาย
vestit de dona

ชุดเดรส
vestit de dona

ชุดแต่งงาน
vestit de núvia

เสื้อสูท
vestit d'home

ชุดราตรี
camisa de dormir

ชุดนอน
pijama

ผ้าส่าหรี
sari

ฮิญาบ
mocador de cap

ผ้าโพกศรีษะ
turbant

เสื้อบุรุเกาะ
burca

เสื้อคลุมคาฟตาน
caftan

เสื้อคลุมอบายะห์
abaia

ชุดว่ายน้ำ
vestit de bany

กางเกงว่ายน้ำ
calçon(et)s de bany

กางเกงขาสั้น
pantalons curts

ชุดวอร์ม
xandall

ผ้ากันเปื้อน
davantal

ถุงมือ
guants

กระดุม

botó

แว่นตา

ulleres

กำไลข้อมือ

braçalet

สร้อยคอ

collaret

แหวน

anell

ต่างหู

orellera

หมวกแก๊ป

casquet

ที่แขวนเสื้อโค้ท

penjador

หมวกปีกกว้าง

capell

เนคไท

corbata

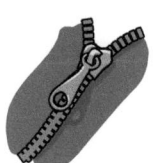

ซิป

cremallera

หมวกกันน็อก

casc

สายโยงกางเกง

elàstics

ชุดนักเรียน

uniforme escolar

เครื่องแบบ

uniforme

ผ้ากันเปื้อนเด็ก

pitet

หุ่น

xumet

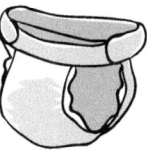

ผ้าอ้อม

bolquer

สำนักงาน
oficina

เซิร์ฟเวอร์
servidor
ตู้เก็บเอกสาร
armari arxivador
ปริ้นเตอร์/เครื่องพิมพ์
impressora
หน้าจอ
monitor
กระดาษ
paper
โต๊ะทำงาน
escriptori
เมาส์
ratolí
แฟ้ม
arxivador
แป้นพิมพ์
teclat
ร้าใส่เศษกระดาษที่ไม่ใช้แล้ว
erera
คอมพิวเตอร์
ordinador
เก้าอี้
cadira

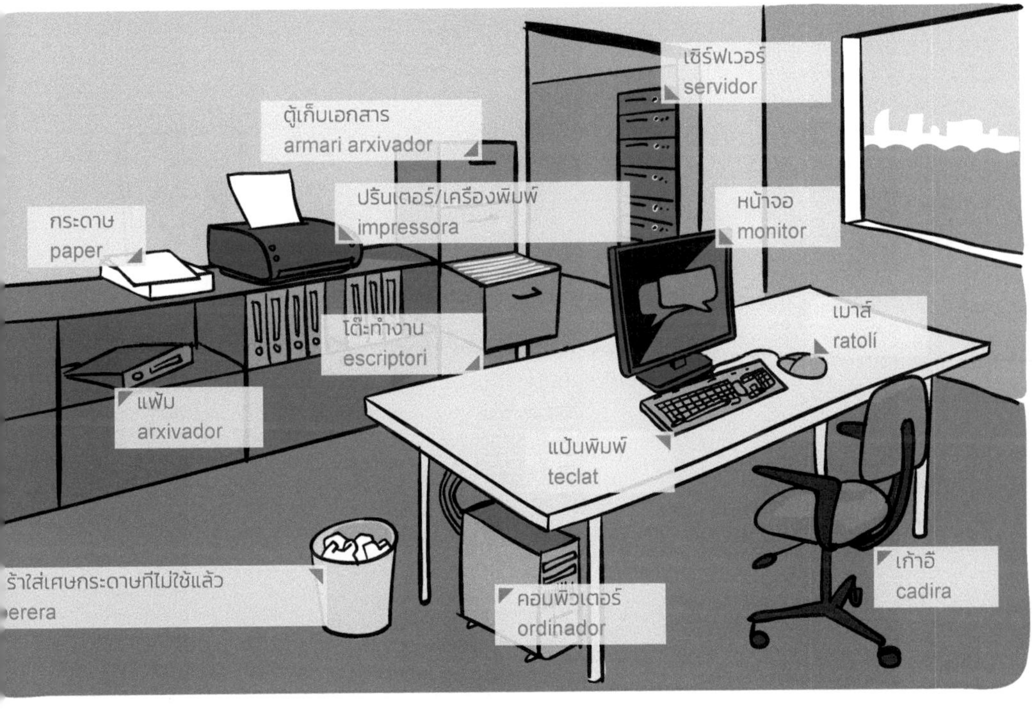

แก้วมัคใส่กาแฟ

tassa de cafè

เครื่องคิดเลข

calculadora

อินเตอร์เน็ต

Internet

คอมพิวเตอร์แบบพกพา

ordinador portàtil

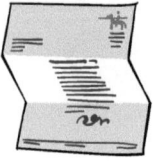

จดหมาย

lletra

ข้อความ

missatge

โทรศัพท์มือถือ

mòbil

เครือข่าย

xarxa

เครื่องถ่ายเอกสาร

fotocopiadora

ซอฟต์แวร์

programari

โทรศัพท์

telèfon

ปลั๊กตัวเมีย/เต้าเสียบ

presa de corrent

เครื่องแฟกซ์

fax

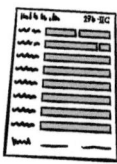

แบบฟอร์ม

formulari

เอกสาร

document

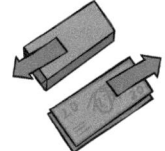

ซื้อ

comprar

จ่าย

pagar

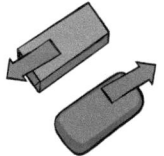

แลกเปลี่ยน

comerciar

เงิน

diners

ดอลลาร์

dòlar

ยูโร

euro

เยน

ien

รูเบิล

ruble

ฟรังก์สวิส

franc suís

หยวนเหรินหมินปี้

renminbi

รูปี

rupia

เครื่องสำหรับกดเงินสดจากธนาคาร

caixa automàtica

สำนักงานแลกเปลี่ยนเงินตรา

oficina de canvi

ทอง

or

เงิน

argent

น้ำมัน

petroli

พลังงาน

energia

ราคา

preu

สัญญา

contracte

ภาษี

impost

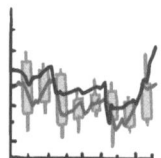

หุ้น

acció

ทำงาน

treballar

ลูกจ้าง

treballador

นายจ้าง

empresari

โรงงาน

fàbrica

ร้านค้า

botiga

เจ้าหน้าที่ตำรวจ
oficial de policia

พนักงานดับเพลิง
bomber

พ่อครัว
cuiner

หมอ
doctora

นักบิน
pilot

ชาวสวน

jardiner

ช่างไม้

fuster

ช่างเย็บผ้าที่เป็นผู้หญิง

costurera

ผู้พิพากษา

jutge

นักเคมี

química

นักแสดงชาย

actor

คนขับรถประจำทาง

conductor d'autobús

คนขับรถแท็กซี่

taxista

ชาวประมง

pescador

แม่บ้านทำความสะอาด

dona de la neteja

ช่างมุงหลังคา

ensostrador

บริกรชาย

cambrer

นายพราน

caçador

จิตรกร

pintor

คนทำขนมปัง

forner

ช่างไฟฟ้า

electricista

ช่างก่อสร้าง

obrer de la construcció

วิศวกร

enginyer

คนขายเนื้อ

carnisser

ช่างประปา

llanterner

บุรุษไปรษณีย์

correu

ทหาร

soldat

สถาปนิก

arquitecte

พนักงานจ่ายเงิน

caixera

คนขายดอกไม้

florista

ช่างทำผม

perruquer

พนักงานตรวจตั๋ว

revisor

ช่างซ่อมรถยนต์

mecànic

กัปตัน

capità

ทันตแพทย์

dentista

นักวิทยาศาสตร์

científic

แรบไบ

rabí

อิหม่าม

imam

พระ

monjo

พระ/นักบวช

capellà

เครื่องมือ

eines

martell
คีม
tenalles
descaragolador
ไฟฉาย
llanterna
ประแจ
clau anglesa

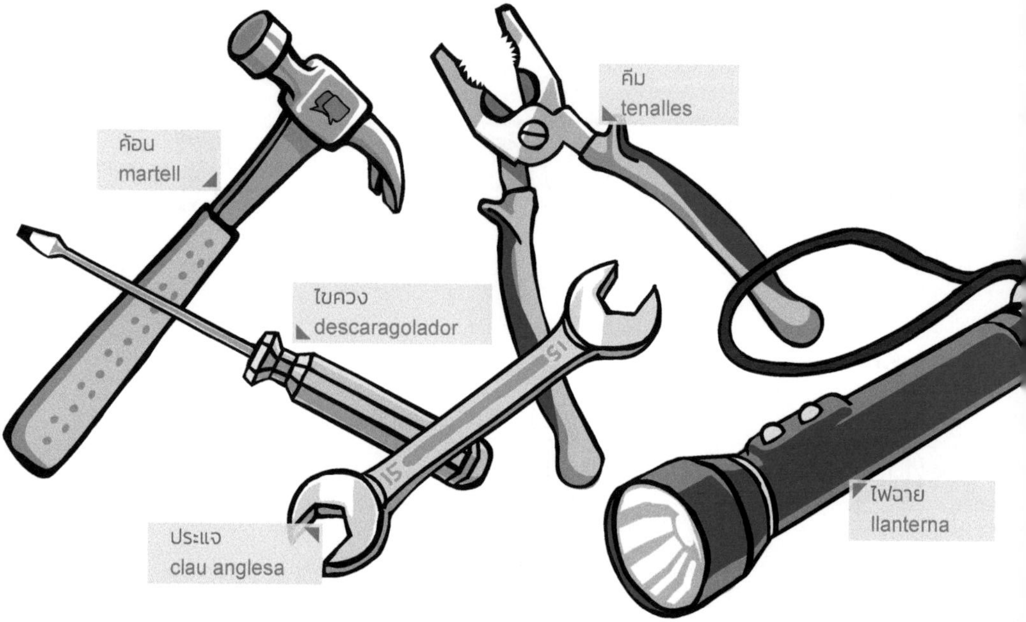

เครื่องขุด

excavadora

กล่องเครื่องมือ

caixa d'eines

กระได

escala

เลื่อย

serra

ตะปู

claus

สว่าน

trepant

ซ่อมแซม

reparar

พลั่ว

pala

ตายห่า!

Maleït siga!

ที่โกยขยะ

pala

ถังสี

pot de pintura

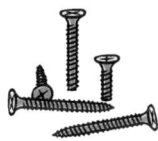

สกรู

caragols

เครื่องดนตรี

instrument de música

ลำโพง
altaveu
กลองชุด
bateria
ดับเบิลเบส
contrabaix
ทรัมเป็ต
trompeta
กีตาร์
guitarra

เปียโน

piano

ไวโอลิน

violí

เบส

baix

กลองทิมปานี

timbal

กลอง

tambor

คีย์บอร์ด

teclat

แซ็กโซโฟน

saxofon

ฟลูต

flauta

ไมโครโฟน

micròfon

เครื่องดนตรี - instrument de música

สวนสัตว์

ทางเข้า
entrada
เสือ
tigre
กรง
gàbia
ม้าลาย
zebra
อาหารสัตว์
aliment per a animals
หมีแพนด้า
ós panda

สัตว์
animals

ช้าง
elefant

จิงโจ้
cangurú

แรด
rinoceront

กอริลล่า
goril·la

หมี
ós

อูฐ

camell

นกกระจอกเทศ

estruç

สิงโต

lleó

ลิง

simi

นกฟลามิงโก

flamenc

นกแก้ว

papagai

หมีขั้วโลก

ós polar

เพนกวิน

pingüí

ฉลาม

ca mari

นกยูง

paó

งู

serp

จระเข้

cocodril

ผู้ดูแลสัตว์

guardià del zoo

แมวน้ำ

foca

เสือจากัวร์

jaguar

ม้าพันธุ์เล็ก

poni

เสือดาว

lleopard

ฮิปโป

hipopòtam

ยีราฟ

girafa

เหยี่ยว

àliga

หมูป่าตัวผู้

senglar

ปลา

peix

เต่า

tortuga

ช้างน้ำ

morsa

จิ้งจอก

guineu

กาเซลล์

gasela

กีฬา

esports

futbol americà
ขี่จักรยาน
ciclisme
เทนนิส
tenis
บาสเกตบอล
bàsquet
ว่ายน้ำ
natació
มวย
boxa
ฮอคกี้น้ำแข็ง
hoquei sobre gel

ฟุตบอล
....
futbol americà

แบดมินตัน
....
bàdminton

กรีฑา
....
atletisme

แฮนด์บอล
....
handbol

สกี
....
esquí

กีฬาโปโลน้ำ
....
polo

กิจกรรม
activitats

หัวเราะ
riure
กระโดด
saltar
กอด
abraçar
เดิน
anar
ร้องเพลง
cantar
ฝัน
somiar
ภาวนา/สวดมนต์
pregar
จูบ
fer un petó

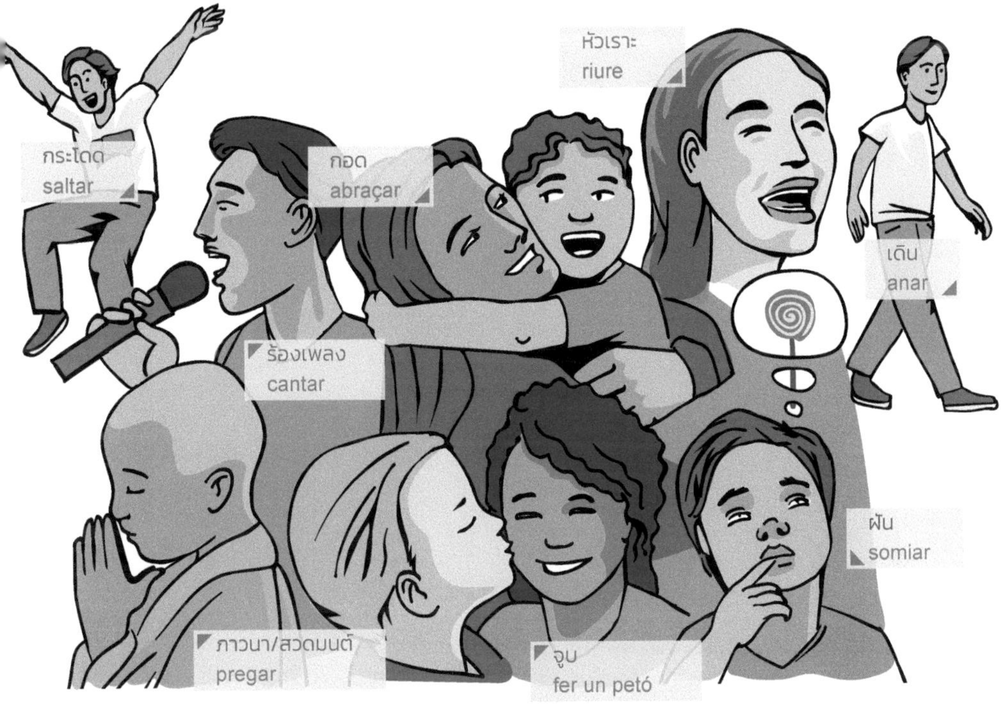

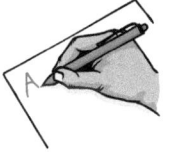

เขียน

escriure

วาดภาพ

dibuixar

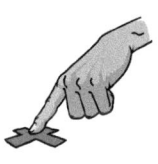

แสดง

mostrar

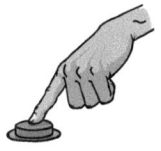

ผลัก

pitjar

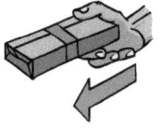

ให้

donar

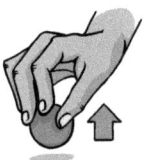

เอาไป

prendre

มี

tenir

ทำ

fer

เป็น

ésser

ยืน

estar dret

วิ่ง

córrer

ดึง

estirar

โยน

llançar

ตก/หล่น

caure

นอนเหยียดยาว

jeure

รอคอย

esperar

ถือ

portar

นั่ง

asseure's

แต่งตัว

vestir-se

นอนหลับ

dormir

ตื่น

despertar-se

มองดู

mirar

ร้องไห้

plorar

ลูบ

amoixar

หวีผม

pentinar

พูดคุย

parlar

เข้าใจ

comprendre

ถาม

demanar

ฟัง

escoltar

ดื่ม

beure

กิน

menjar

จัดให้เป็นระเบียบ

endreçar

รัก

estimar

ทำอาหาร

cuinar

ขับรถ

conduir

บิน

volar

ล่องเรือ

navegar

คำนวณ

calcular

อ่าน

llegir

เรียนรู้

aprendre

ทำงาน

treballar

แต่งงาน

casar-se

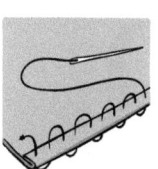

เย็บ

cosir

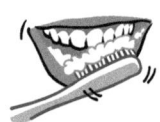

แปรงฟัน

raspallar-se les dents

ฆ่า

matar

สูบบุหรี่

fumar

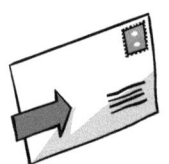

ส่ง

enviar

ครอบครัว

família

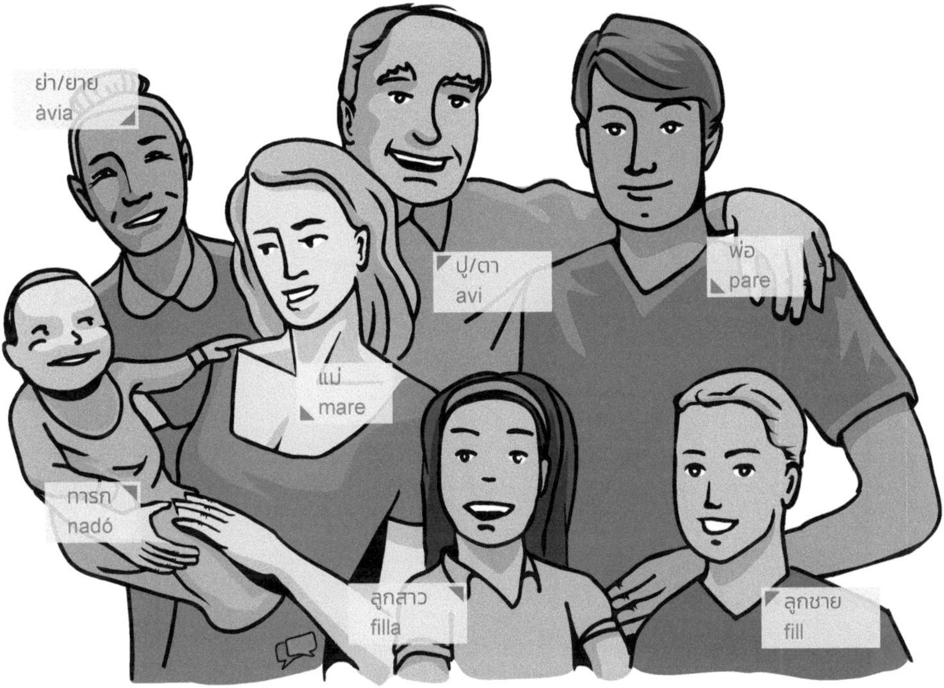
ย่า/ยาย
àvia
ปู่/ตา
avi
พ่อ
pare
แม่
mare
ทารก
nadó
ลูกสาว
filla
ลูกชาย
fill

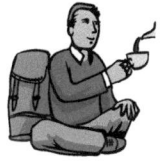

แขก

convidat

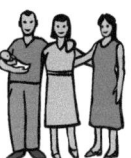

ป้า

tia

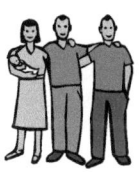

ลุง

oncle

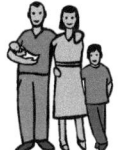

พี่ชาย/น้องชาย

germà

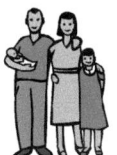

พี่สาว/น้องสาว

germana

ร่างกาย

cos

หน้าผาก
front
ตา
ull
ไหล่
espatlla
นิ้วมือ
dit
ใบหน้า
cara
barbeta
มือ
mà
ขา
cama
หน้าอก
pit
แขน
braç

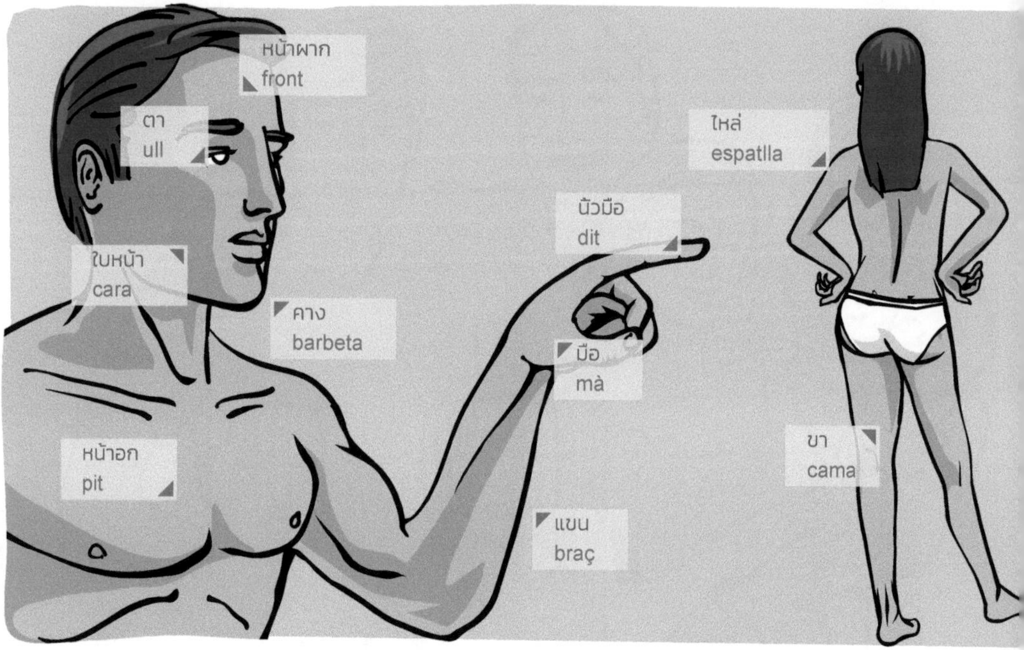

ทารก

nadó

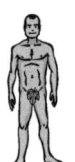

ผู้ชาย

home

ผู้หญิง

dona

เด็กผู้หญิง

noia

เด็กผู้ชาย

noi

ศีรษะ

cap

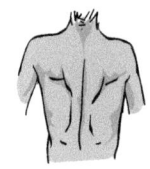

หลัง
esquena

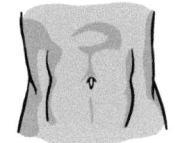

ท้อง
panxa

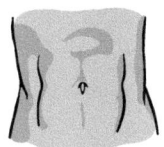

สะดือ
melic

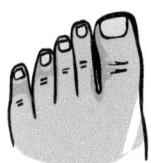

นิ้วเท้า
dit gros del peu

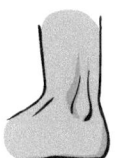

ส้นเท้า
taló

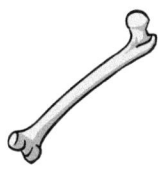

กระดูก
os

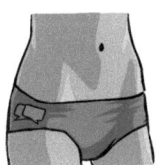

สะโพก
maluc

หัวเข่า
genoll

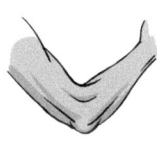

ข้อศอก
colze

จมูก
nas

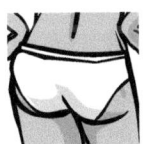

ก้น
cul

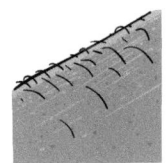

ผิวหนัง
pell

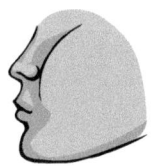

แก้ม
galta

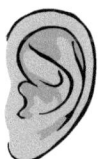

หู
orella

ริมฝีปาก
llavi

ปาก

boca

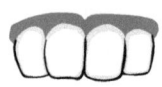

ฟัน

dent

ลิ้น

llengua

สมอง

cervell

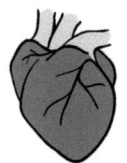

หัวใจ

cor

กล้ามเนื้อ

múscul

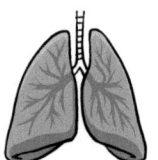

ปอด

pulmó

ตับ

fetge

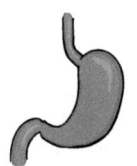

กระเพาะ

estómac

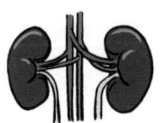

ไต

ronyó

เพศสัมพันธ์

relació sexual

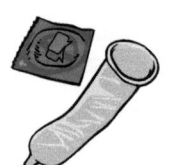

ถุงยาง

preservatiu

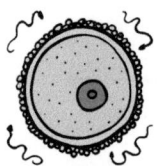

เซลล์ไข่

ovari

น้ำอสุจิ

semen

การตั้งครรภ์

prenyat

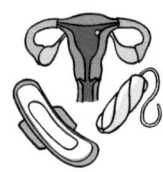

ประจำเดือน
menstruació

ช่องคลอด
vagina

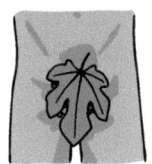

องคชาต
penis

คิ้ว
cella

เส้นผม
cabells

คอ
coll

โรงพยาบาล

hospital

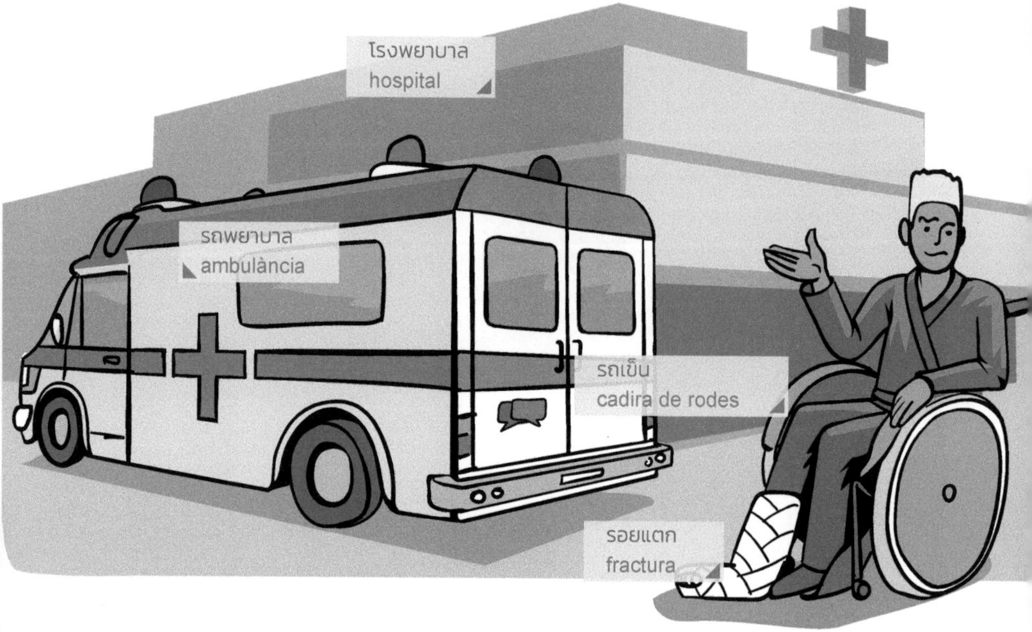

โรงพยาบาล
hospital
รถพยาบาล
ambulància
รถเข็น
cadira de rodes
รอยแตก
fractura

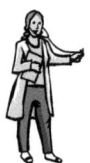

หมอ

doctora

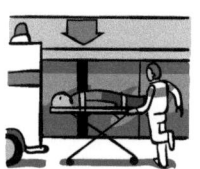

ห้องฉุกเฉิน

sala d'urgències

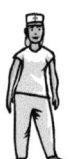

พยาบาล

infermera

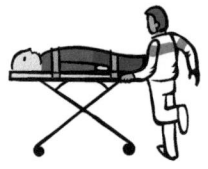

ฉุกเฉิน

urgència

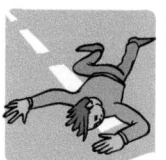

หมดสติ

inconscient

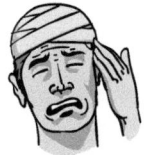

อาการเจ็บปวด

dolor

การบาดเจ็บ

ferida

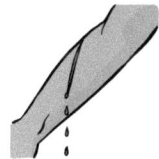

เลือดไหล

sagnament

หัวใจวาย

atac de cor

โรคหลอดเลือดในสมอง

apoplexia

โรคภูมิแพ้

al·lèrgia

ไอ

tos

ไข้

febre

ไข้หวัด

gripa

ท้องเสีย

diarrea

การปวดหัว

mal de cap

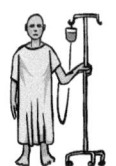

มะเร็ง

càncer

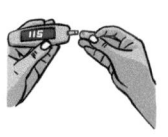

โรคเบาหวาน

diabetis

ศัลยแพทย์

cirurgià

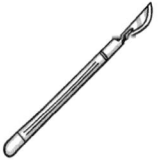

มีดผ่าตัด

escalpel

การผ่าตัด

operació

เครื่องเอกซเรย์คอมพิวเตอร์ความเร็วสูง

tomografia computada (TC), TAC

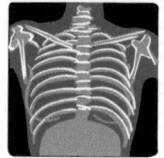

เอกซเรย์

raigs x

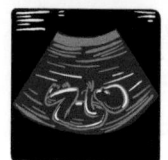

อัลตราซาวด์

ultrasò

หน้ากากอนามัย

mascareta

โรค

malaltia

ห้องรอตรวจ

sala d'espera

ไม้เท้า

crossa

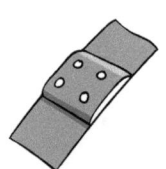

ปลาสเตอร์ยา

tireta

ผ้าพันแผล

embenat

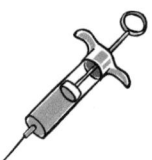

ฉีดยา

injecció

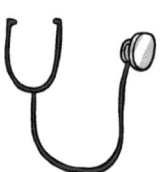

เครื่องฟังตรวจ

estetoscopi

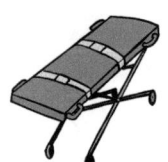

เปลหาม

llitera

ปรอทวัดไข้

termòmetre clínic

การเกิด

pariment

น้ำหนักเกิน

sobrepès

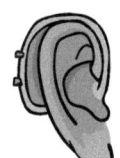

เครื่องช่วยฟัง

aparell auditiu

สารฆ่าเชื้อ

desinfectant

การติดเชื้อ

infecció

ไวรัส

virus

เอชไอวี/เอดส์

VIH / SIDA

ยา

medicina

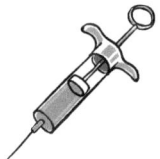

การฉีดวัคซีน

vaccí

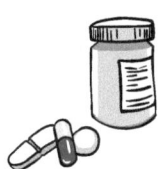

ยาเม็ด

comprimits

ยาเม็ดกลม

píl·lola

โทรออกฉุกเฉิน

trucada d'urgència

เครื่องวัดความดันโลหิต

tensiòmetre

ป่วย/ สุขภาพดี

malalt / sà

ช่วยด้วย!
Socors!

สัญญาณเตือนภัย
alarma

การทำร้าย
assalt

การโจมตี
atac

อันตราย
perill

ทางออกฉุกเฉิน
sortida-eixida d'urgència

ไฟไหม้!
Foc!

ถังดับเพลิง
extintor

อุบัติเหตุ
accident

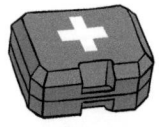

ชุดปฐมพยาบาลเบื้องต้น
farmaciola de primers
auxilis

สัญญาณขอความช่วยเหลือ
SOS

ตำรวจ
policia

โลก
terra

ยุโรป

Europa

อเมริกาเหนือ

Amèrica del Nord

อเมริกาใต้

Amèrica del Sud

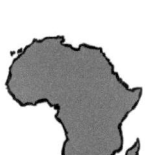

แอฟริกา

Àfrica

เอเชีย

Àsia

ออสเตรเลีย

Austràlia

แอตแลนติก

Atlàntic

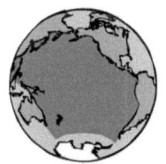

แปซิฟิก

Pacífic

มหาสมุทรอินเดีย

Oceà Índic

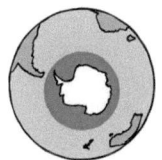

มหาสมุทรแอนตาร์กติก

Oceà Antàrtic

มหาสมุทรอาร์กติก

Oceà Àrtic

ขั้วโลกเหนือ

pol nord

ขั้วโลกใต้

pol sud

แอนตาร์กติกา

Antàrtida

โลก

terra

พื้นดิน

país

ทะเล

mar

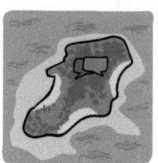

เกาะ

illa

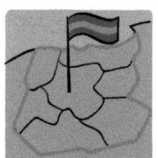

ชาติ/ประชาชาติ

nació

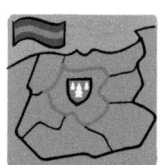

รัฐ

estat

นาฬิกา

rellotge

หน้าปัดนาฬิกา

quadrant

เข็มชั่วโมง

agulla de les hores

เข็มนาที

agulla dels minuts

เข็มวินาที

agulla dels segons

กี่โมงแล้ว?

Quina hora és?

วัน

dia

เวลา

temps

ตอนนี้

ara

นาฬิกาดิจิตอล

rellotge digital

นาที

minut

ชั่วโมง

hora

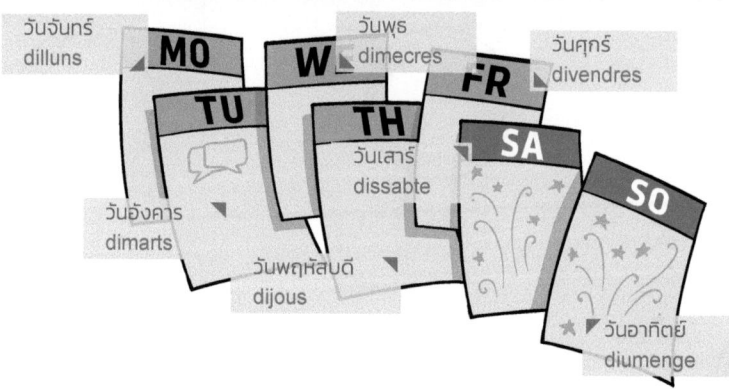

สัปดาห์

setmana

วันจันทร์
dilluns
MO
วันพุธ
dimecres
W
วันศุกร์
divendres
FR
TU
TH
วันเสาร์
dissabte
SA
วันอังคาร
dimarts
วันพฤหัสบดี
dijous
วันอาทิตย์
diumenge

21

เมื่อวาน

ahir

2

วันนี้

avui

3

พรุ่งนี้

demà

ตอนเช้า

matí

ตอนเที่ยง

migdia

ตอนเย็น

tarda

MO TU WE TH FR SA SU
1 2 3 4 5 6 7
8 9 10 11 12 13 14
15 16 17 18 19 20 21
22 23 24 25 26 27 28
29 30 31 1 2 3 4

วันทำการ

dia feiner

MO TU WE TH FR SA SU
1 2 3 4 5 6 7
8 9 10 11 12 13 14
15 16 17 18 19 20 21
22 23 24 25 26 27 28
29 30 31 1 2 3 4

วันสุดสัปดาห์

cap de setmana

ฝนตก
pluja
รุ้งกินน้ำ
arc de Sant Martí
ลม
vent
หิมะ
neu
ฤดูใบไม้ผลิ
primavera
ฤดูร้อน
estiu
ฤดูใบไม้ร่วง
tardor
ฤดูหนาว
hivern

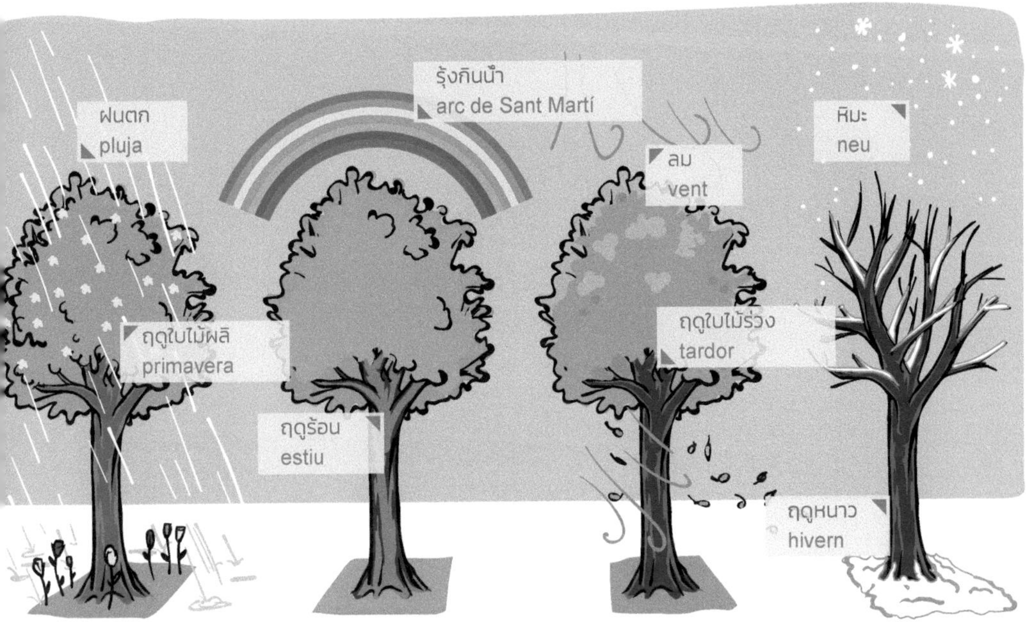

การพยากรณ์อากาศ

pronòstic del temps

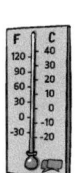

เครื่องวัดอุณหภูมิ

termòmetre

แสงแดด

llum del sol

ก้อนเมฆ

núvol

หมอก

boira

ความชื้น

humiditat de l'aire

ฟ้าแลบ/ฟ้าผ่า

llamp

ฟ้าร้อง

tro

พายุ

tempesta

ลูกเห็บ

calamarsa

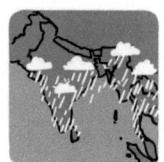

ลมมรสุม

monsó

น้ำท่วม

inundació

น้ำแข็ง

gel

มกราคม

gener

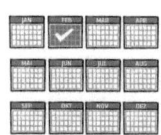

กุมภาพันธ์

febrer

มีนาคม

març

เมษายน

abril

พฤษภาคม

maig

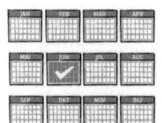

มิถุนายน

juny

กรกฎาคม

juliol

สิงหาคม

agost

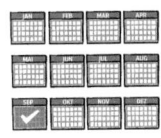

 กันยายน
....
setembre

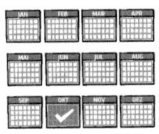

ตุลาคม
....
octubre

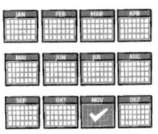

พฤศจิกายน
....
novembre

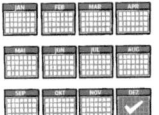

ธันวาคม
....
desembre

รูปร่าง
formes

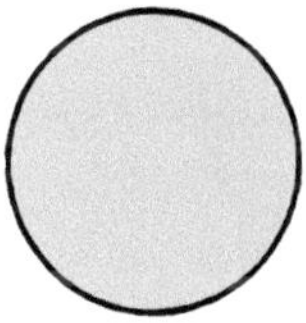

วงกลม
....
cercle

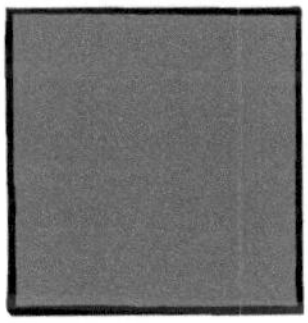

สี่เหลี่ยม
....
quadrat

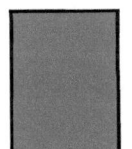

สี่เหลี่ยมผืนผ้า
....
rectangle

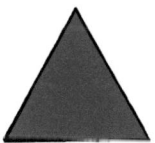

สามเหลี่ยม
....
triangle

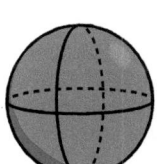

ทรงกลม
....
esfera

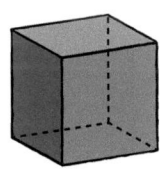

ลูกบาศก์
....
cub

สี

colors

ขาว

blanc

เหลือง

groc

ส้ม

taronja

ชมพู

rosa

แดง

vermell

ม่วง

lila

ฟ้า

blau

เขียว

verd

น้ำตาล

marró

เทา

gris

ดำ

negre

มาก/ น้อย
....
molt / poc

ฉุนเฉียว/ สงบ
....
emprenyat / tranquil

สวยงาม/ น่าเกลียด
....
bonic / lleig

เริมต้น/ จบ
....
començament / fi

ใหญ่/ เล็ก
....
gran / petit

สว่าง/ มืด
....
clar / fosc

้องชาย,พีชาย/ น้องสาว,พีสาว
....
germà / germana

สะอาด/ สกปรก
....
net / brut

สมบูรณ์/ ไม่สมบูรณ์
....
complet / incomplet

กลางวัน/ กลางคืน
....
dia / nit

ตาย/ มีชีวิต
....
mort / viu

กว้าง/ แคบ
....
ample / estret

กินได้/ กินไม่ได้

comestible / immenjable

ชั่วร้าย/ ใจดี

dolent / amable

น่าตื่นเต้น/ น่าเบื่อ

entusiasmat / entediat

อ้วน/ ผอม

gros / prim

อย่างแรก/ สุดท้าย

primer / darrer

เพื่อน/ ศัตรู

amic / enemic

เต็ม/ ว่างเปล่า

ple / buit

แข็ง/ นุ่ม

dur / tou

หนัก/ เบา

pesant / lleuger

หิว/ กระหายน้ำ

gana / set

ป่วย/ สุขภาพดี

malalt / sà

ผิดกฎหมาย/ ถูกกฎหมาย

il·legal / legal

ฉลาด/ โง่

intel·ligent / ximple

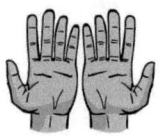

ซ้าย/ ขวา

esquerra / dreta

ใกล้/ ไกล

prop / llunyà

ใหม่/ ใช้แล้ว

nou / usat

ไม่มี/ บางสิ่งบางอย่าง

res / quelcom

แก่/ หนุ่ม

vell / jove

เปิด/ปิด

encès / apagat

เปิด/ ปิด

obert / tancat

เงียบ/ ดัง

silenciós / sorollós

รวย/ จน

ric / pobre

ถูก/ ผิด

correcte / incorrecte

ขรุขระ/ เรียบ

aspre / suau

เศร้า/ ดีใจ

trist / content

สั้น/ ยาว

curt / llarg

ช้า/ เร็ว

lent / ràpid

เปียก/ แห้ง

humit / sec - eixut

อบอุ่น/ หนาวเย็น

calent / fred

สงคราม/ สันติภาพ

guerra / pau

0

ศูนย์

zero

1

หนึ่ง

u

2

สอง

dos

3

สาม

tres

4

สี่

quatre

5

ห้า

cinc

6

หก

sis

7

เจ็ด

set

8

แปด

vuit

9

เก้า

nou

10

สิบ

deu

11

สิบเอ็ด

onze

12

สิบสอง

dotze

13

สิบสาม

tretze

14

สิบสี่

catorze

15

สิบห้า

quinze

16

สิบหก

setze

17

สิบเจ็ด

disset

18

สิบแปด

divuit

19

สิบเก้า

dinou

20

ยี่สิบ

vint

100

หนึ่งร้อย

cent

1.000

หนึ่งพัน

mil

1.000.000

หนึ่งล้าน

milió

ภาษา

llengües

ภาษาอังกฤษ

anglès

ภาษาอังกฤษแบบอเมริกัน

anglès americà

ภาษาจีนแมนดาริน

xinès mandarí

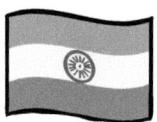

ภาษาฮินดี

hindi

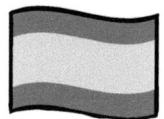

ภาษาสเปน

espanyol

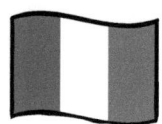

ภาษาฝรั่งเศส

francès

ภาษาอาหรับ

àrab

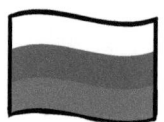

ภาษารัสเซีย

rus

ภาษาโปรตุเกส

portuguès

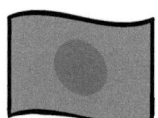

ภาษาเบงกอล

bengalí

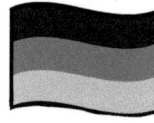

ภาษาเยอรมัน

alemany

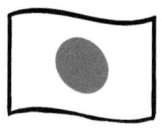

ภาษาญี่ปุ่น

japonès

ใคร / อะไร / อย่างไร
qui / què / com

ฉัน

jo

เธอ

tu

เขา / หล่อน / มัน

ell / ella / allò

พวกเรา

nosaltres

พวกคุณ

vosaltres

พวกเขา

ells

ใคร?

qui?

อะไร?

què?

อย่างไร?

com?

ที่ไหน?

on?

เมื่อไหร่?

quan?

ชื่อ

nom

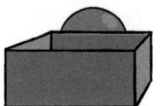

ทีไหน

on

ข้างหลัง

darrere

ใน

en

ข้างหน้า

davant de

เหนือ

damunt

บน

sobre

ใต้

sota

ด้านข้าง

al costat

ระหว่าง

entre

ตำแหน่ง

lloc